யாவும் காதல்

பார்த்திபன் கணேசன்

ஏலே பதிப்பகம்

யாவும் கதல்– கவிதை
© **பார்த்திபன் கணேசன்** 2021
எழுத்தாளர்: **பார்த்திபன் கணேசன்**
முதல் பதிப்பு: அக்டோபர் 2021

வெளியீடு:
ஏலே பதிப்பகம்
5/175, பாத்திமா நகர்,
கூத்தென்குழி,
திருநெல்வேலி – 627104
தொடர்புக்கு: 9944992571

Yaavum kadhal - Poetry

Author: Parthipan ganesan.
First Edition: October 2021

Published By:
Aelay Publish
5/175, Fathima nagar,
Kuthenkuly,
Tirunelveli -627104
Phone: 9944992571

Design And Executed by

ISBN : 978-93-5533-191-5
Page : 62

ஆசிரியர் குறிப்பு

இவன் திரு. பார்த்திபன் கணேசன், நாமக்கல்
மாவட்டம் வெண்ணந்தூர் பேருராட்சியை சேர்ந்தவர்
.

பொறியியல் பட்டம் பெற்றவர்.
தனது இன்ஸ்டாகிராம்
பக்கத்தில் (p_parthi) குறுங்கவிதைகள்,
நீள்கவிதைகள் பல புனைந்துள்ளார். மேலும் கவிதை
எழுதுவதில் ஆர்வம் கொண்டவர்.

உள்ளடக்கம்

அம்மா

அன்பு, அக்கறை காட்டும் அன்னையாய்,
ஆறுதல் கூறும் தோழியாய்.,
இன்பம் தரும் தேவதையாய்,
ஈதல் குணம் கொண்டவளாய்,
உயிர் காக்கும் செவிலியராய்,
ஊதியமில்லா சேவகியாய்,
எதிர்பார்ப்பில்லா தூய அன்பு கொண்டவளாய்,
ஏழைகளின் மருத்துவராய்,
ஐந்தறிவு ஜீவன்களுக்கும் உயிர் கொடுப்பவளாய்,
ஒற்றுமை உணர்வை அனைவரிடமும்
புகற்றுபவளாய்,
ஓய்வில்லாமல் உழைப்பவளாய்,
ஔடதமாக விளங்குபவளாய்,
அஃகு யாவும் அன்னையர்களே..

பார்த்திபன் கணேசன்

தந்தையின் காதல்

அன்பை வெளிக்காட்டதவரும் நீயே.,
ஆசைகள் யாவும் நிறைவேற்றுபவரும் நீயே.,
இன்பம் அதிகம் தருபவரும் நீயே.,
ஈதல் குணத்தை கற்றுத்தருபவரும் நீயே.,
உலகில் வாழ கற்றுத் தருபவரும் நீயே.,
ஊர் சுற்றிக் காட்டும் நண்பனும் நீயே.,
என் முதல் ஆசானும் நீயே.,
ஏணியாய் விளங்குபவரும் நீயே.,
ஐயங்களை போக்குபவரும் நீயே.,
ஒற்றுமை உணர்வை புகட்டுபவரும் நீயே.,
ஓய்வில்லாமல் உழைப்பவரும் நீயே.,
ஔடதமாய் விளங்குபவரும் நீயே.,
அஃது யாவும் தந்தையின் காதலே..

இவள்

ஏனோ
கருவிலே கொல்லப்படுபவளும் நானே.,
பிரசவித்த பின்னே கள்ளிப்பால் குடிப்பவளும்
நானே.,
எதுவும் அறியாத வயதில் பாலியலை சந்திப்பவளும்
நானே.,
வயது வந்த பின் அடக்கப்படுபவளும் நானே.,
சுதந்திரமாய் வெளியில் செல்ல பயம் கொள்பவளும்
நானே.,
சமூக பார்வையில்,
எதிர்த்து நின்றால் அவச்சொல் கேட்பவளும் நானே.,
விட்டு கொடுத்தால் மிதிக்கப்படுபவளும் நானே.,
விறுப்பு, வெறுப்பின்றி திருமணம் காண்பவளும்
நானே.,
வாழ்க்கை வாழ தெரியாமல் வாழ்பவளும் நானே.,
இப்படி தான் வாழ்வேன் என நினைத்து வாழ்பவளும்
நானே.,
இப்படியாக வலியை மதியால் வென்றவளும்
நானே...

உறவு

பிறந்தோம்,தவழ்ந்தோம்,வளர்ந்தோம்.,
பார்த்தோம்,பேசினோம்,பழகினோம்.,
ஒன்றாக இணைந்து சுற்றி திரிந்து அன்பை
பரிமாறிக் கொண்டோம்.,
பல இன்னல்கள் நேரும் போதெல்லாம் எனக்கு நீயும்
உனக்கு நானும் ஆறுதல் கூறிக் கொண்டோம்.,
சண்டைகள் பல வந்தபோதும் மண்ணிப்பே
கேட்காமல் பேசிக் கொண்டோம்.,
ஏனோ அவரவர் குடும்பம் என்றானபோதும் ஒரே
குடும்பமாக பழகினோம்.,
சில நேரங்களில்,
என் உயிர் எடுப்பவனும் நீயே.,
உயிர் கொடுப்பவனும் நீயே..
என் உணர்வுகளுக்கு உருவம் கொடுப்பவனும் நீயே,
என் உயிரை (காதல்) என்னோடு சேர்த்து
வைப்பவனும் நீயே.,
இப்படியாக,
நீயும் நானும் நாமானோம் இந்த நட்பில்...

முடிவிலா காதல்

தவழும் வயதில் தாய் மீது காதல்.,
தன்னலமின்றி நம் ஆசைகளை நிறைவேற்றும்
போது
தந்தை மீது காதல்.,
குறைகளை நிறைகளாய் சொல்லும்
குருவின் மீது காதல்.,
புதிதாய் கற்க்கும் போது கற்றலின் மீது காதல்.,
தோல்வியில் தோள் கொடுக்கும் போது
தோழன் மீது காதல்.,
சண்டையிட்டாலும் சந்தோஷம் தரும்
சகோதரி மீது காதல்.,
சாதிக்கும் போது வெற்றியின் மீது காதல்.,
தனித்து நிற்கும் போது தன் மீது காதல்.,
வாழ்வின் இறுதி வரை உடன் வரும் மனைவி மீது
காதல்.,
முடிவில்லாமல் பயணிப்பதே அன்பின் காதல்..

பார்த்திபன் கணேசன்

நட்பு

தினமும் பார்ப்பதுமில்லை,
பேசிக் கொள்வதுமில்லை,
ஏன் நினைப்பது கூட இல்லை ..
ஆனால் .,
எனக்காக துடிப்பது
நீயாக இருக்கிறாய் "நட்பு "..

அன்பு

இதுவரை.,
எதையும்
எதிர்பார்க்காமல் தான் இருக்கிறேன்.,
உன் அன்பை தவிர..

பார்த்திபன் கணேசன்

என்னவள்

அன்பை அறுவடை செய்யும் அன்னையும் நீயே.,
ஆறுதல் சொல்லும் தோழியும் நீயே.,
இன்பம் தரும் தேவதையும் நீயே.,
உயிர் கொடுக்கும் மருத்துவரும் நீயே.,
ஊக்கம் தரும் ஆசானும் நீயே.,
என் இதயத்தில் இம்சை செய்யும் காதலியும் நீயே.,
என்றும் எனக்காக இருக்கும் என்னவளும் நீயே..

15

மொழி

வார்த்தைகளின்றி
கண்கள் பேசும் மொழி
அழகானது..

காதல் ஆசை

உன் விரல் பிடித்து,
தோல் சாய்ந்து நடந்து .,
விடியும் வரை உன் விழி ரசித்து.,
விழிகளால் கட்டியணைத்து.,
கண்களாலும் கண்ணீராலும் காதல் செய்து.,
அன்போடு ஊடல் கொண்டு.,
உன் உயிராக மட்டுமல்லாமல்.,
உன் உணர்வாய்..,
முடிவில்லா காதல் கொண்டு,
இறுதி வரை,
உன்னோடு வாழ ஆசை ..

ஒரு தலை காதல்

இங்கு,
அன்பை கொடுக்க நினைப்பவர்கள்
யோசிப்பதே இல்லை.,
ஏனோ
வாங்க நினைப்பவர்கள் மட்டும்
இறுதி வரை,
யோசித்துக் கொண்டே இருக்கிறார்கள்...

இறுதிவரை
என்னை நேசிக்காமலே
இருந்து விடு..
எதிர்பார்ப்பே
இல்லாமல்
உன்னை நேசித்தவனாக
இருந்து விடுகிறேன்...

காதல்

ஆயிரம் பேர்
வந்து சென்ற போதும்
நீ நிரப்பிய இடத்தை
யாராலும் நிரப்ப முடியவில்லை..
ஏனோ
என்னாலும்
யாருக்கும் கொடுக்க
முடியவில்லை ...
அன்பு ... காதல் ..

காதலின் அழகு

காதல் என்றுமே அழகு தான்..
அது சேர்ந்தாலும்,
பிரிந்தாலும் ..

பார்த்திபன் கணேசன்

தொலைத்த இதயம்

உன்னிடம்
என் இதயம் தொலைத்து விட்டேன்.,
ஆனால் நீயோ.,
திருப்பி கொடுக்கவும் இல்லை,
வைத்துக் கொள்ளவும் இல்லை.,
இறுதியில்,
இதயம் தொலைத்தவனாக
"நான்"...

மௌனம்

அளவுக்கு அதிகமான அன்பு,
பிரிவின் வெளிப்பாடே
மௌனம் தான்..

பார்த்திபன் கணேசன்

உன் அன்பு

சிலர் போல
நானும் தேவைக்கு தான்
உன்னிடம் பழகுகிறேன்.,
ஆனால்,
என் தேவை யாவும்,
விலைமதிப்பற்ற
உன் அன்பு மட்டுமே...

பார்வை காதல்

உன் ஒர பார்வையில்,
ஒளிந்திருக்கிறன,
ஓராயிரம் காதல்..

பார்த்திபன் கணேசன்

உணர்வு

என்னுடன் பேசவில்லை
என்றாலும் பரவாயில்லை.,
ஆனால்,
என்னுடன் தான்
இருக்கிறாய்
என்ற உணர்வையாவது கொடு...

உன்னை நினைக்காத
இந்த நாட்கள் கூட
நிறைவடைய
மறுக்கிறதே...

வெறுப்பு

பிடித்தவை
யாவும் விலகி செல்ல
இறுதியில்,
யாவும்.,
பிடிக்காமலே போனது...

பார்த்திபன் கணேசன்

துணிவு

இழக்க கூடாது
என நினைத்ததை
இழந்த பிறகு.,
இழப்பது
எதுவாயினும் ஏற்கிறது மனது..

வலியின் வரிகள்

வலிகள் யாவும்
வரிகள் ஆக்கினேன்.,
ஆனால்,
சிலநேரம்,
வரிகள் யாவும்
வலிகள் ஆகிறது...

பார்த்திபன் கணேசன்

ஆசை

ஆசைகள் யாவும்
கனவாய் போக., ஏனோ,
பிடித்தவரின் பிரிவும்
கனவாய் போக ஆசை..

என் காதல்

ஏனோ,
உன்மேல்,
நான் கொண்ட காதல்.,
யார் மீதும்
வராதது தான்
என் இதயம் செய்த பிழையோ,
தவறாமல்.,
துடித்துக் கொண்டே இருக்கிறது...

என் விழிகளும்,
என்னோடு,
சண்டை இடுகிறதே
உன்னை மட்டுமே
காண வேண்டுமென்று..

ஆயிரம் ஆசை

உன்னோடு பேச
எனக்கு ஆயிரம் ஆசைகள்.,
ஏனோ,
அதை வெளிகாட்ட
தெரியாமல் தவிக்கிறது
எனது வார்த்தைகள்..

சின்ன சின்ன
ஆசைகள்
சேர்த்து வைக்கிறேன்.,
உன்னோடு களிக்க..

நட்பு

உனக்காக நான்.,
எனக்காக நீ.,
என்று நினைப்பது
காதல் மட்டுமல்ல,
நட்பும் தான்..

பார்த்ததும்
பிடிக்காததாலோ.,
ஏனோ.,
இறுதி வரை,
பயணிக்கிறது
நம் நட்பு
"புரிதலினால்"...

பார்த்திபன் கணேசன்

நட்பின் காதல்

காதலை விட
நட்பு சிறந்தது
என சொல்பவருக்கு புரிவதில்லை.,
நட்பிலும்
காதல் (அன்பு) உள்ளது என்று ...

பேசிக் கொண்டிருப்பவர்களை விட
எப்போதும்
நினைத்துக் கொண்டிருப்பவர்களுக்கு
தான் அன்பு அதிகம்..

பிரிவு

.உனக்காகவே
என்னுள் தோன்றிய
கவிதைகள் யாவும்
உன் பிரிவால்
உன்னுடனே கரை சேர்க்கிறது...

நிழல் கூட
உன்னை நினைவுபடுத்த .,
இது.,
நிஜமா,நினைவா
என தெரியாமல்
நினைத்திருக்கிறேன்
"உன்னை"..

புரியா காதல்

இனம் புரியாத
மகிழ்ச்சி, கவலை, பிரிவு
இது அனைத்தையும்
தருவது காதல்
என்றால்.,
நான் உன்மேல்
கொண்ட அன்பும் காதலே ..

உன் கண்கள்
பேசும் கவிதைக்கு
முன்னால்
என் கவிதை
அனைத்தும்
தோற்று போகின்றன ..

35

முதல் குரு

என்னை கவிஞன்
ஆக்கும் உன் இமைகளும்,
இதழ்களும் தான்
என் முதல் குருவே ..

பார்த்திபன் கணேசன்

காதல் பிறப்பு

யார் சொன்னது
காதல் ஒரு முறை தான்
மலருமென்று.,
உன்னை பார்க்கும்
ஒவ்வொரு முறையும்
மலர்கிறதே ..

37

பெயர் காதல்

எங்கோ
யாரோ.,
உன் பெயர் சொல்லி
அழைக்கும்போது
என் விழிகளும்
சொல்லி விடுகிறது.,
உன் மேல்
நான் கொண்ட காதலை..

நான் எழுதும்
ஆயிரம் கவிதைகளை விட
அழகானது உன் பெயர்..

ஏக்கம்

இன்னும் எத்தனை
ஜென்மங்கள் தொடருமோ.,
இந்த காதல் .,
நினைவாகவே...

உன் மேல்
நான் கொண்ட அன்பால்
உன்னை விட்டு விலகவும் முடியயவில்லை.,
ஏனோ,
உனக்கு என்னை பிடிக்காததால்
உன்னை நெருங்கவும் முடியயவில்லை. ,
இறுதியில் யாதும் அறியாமல் நான்..

நினைவின் பயணம்

ஏனோ
முடிவில்லாமல்
நீண்டு கொண்டே செல்கிறது
உன் நினைவுகள் .,
இறுதியில்.,
நான்
தொலைத்தது
உன்னை மட்டுமல்ல.,
என்னையும் தான்..

பிரிவுகள்
நீ தந்தாலும்
என்னோடு பிரியாமலே
பயணிக்கிறது
உன் நினைவுகள்...

பார்த்திபன் கணேசன்

உன் காதலால்

உன் விழிகள் கொண்டு
என் இதயத்தில்
வலிகள் தருபவளே.,
உன் இதயம் கொடுத்து
என் வலிகளை சுகமாக்கு..

என் ரசனைக்கு
உயிர் கொடுப்பவளே.,
எனக்கும் உயிர் கொடு...
"உன் காதலால்"..

மனித இயல்பு

சில நேரங்களில்,
தேவைக்கு அதிகமான
எதுவும் .,
தேவையற்றதாகவே
கருதப்படுகிறது..
அது அன்பாக இருந்தாலும்...

எவ்வளவு
அன்பு காட்டினாலும்
சில நேரங்களில்
மூன்றாம் மனிதனாக
பார்க்கும் உலகமடா இது ...

பார்த்திபன் கணேசன்

அன்பின் வலி

என் கண்ணீர்த்துளிகளுக்கும்
என்மேல் காதல்.,
உன்மேல் நான் கொண்ட காதலை
அதனிடம் சொல்லும் போது..

உன் பிரிவால்
என் கண்ணீர்த்துளிகள் கொண்டு
கவிதை எழுதினேன்.,
ஏனோ,
முடிவில்லாமல் தொடர்கிறது
அதன் பக்கங்கள் ...

உன்மீதான காதல்

தொலைத்த
என் இதயத்தை
மீண்டும் மீண்டும்
தொலைக்கிறேன்
உன்னிடம் மட்டும்...

ஆயிரம் முகங்கள்
கண்ட போதும்
என் கண் முன்
தெரிவது யாவும்
உன் முகம் மட்டுமே..

அன்பின் வெறுப்பு

எனக்கான அன்பு
உன்னிடத்தில் இல்லை
எனும் போது.,
எனக்கான அன்பும்
என்னிடத்தில்
இல்லாமல் போகிறது..

எனக்கு பிடித்தவர்கள்
என்றுமே
எனக்கு நெருக்கமானவர்களே.,
ஏனோ.,
அவர்களுக்கு
நான் நெருக்கமானவன் அன்று..

45

உன்னால் யாவும்

உனக்காக தான்
துடிக்கிறது என் இதயம்.,
ஏனோ.,
தெரிந்தும்
தெரியாதது போல
நடிக்கிறது உன் இதயம்..

மொழிகள் யாவும்
ஊமையாகின்றன.,
உன் கண்கள் பேசும்
மொழிக்கு முன்னால்..

பார்த்திபன் கணேசன்

உன் நினைவில் நான்

உன்னை நினைக்கும்
நொடிகள் யாவும்
என் அருகிலே இருக்கின்றாய்
"நிழலாக "
"நினைவாக"...

என் நினைவுகள்
யாவும் ,
உன் பெயர் சொல்ல.,
உன் நினைவுகளோடு நகர்கிறது,
இந்த வாழ்க்கை...

பிரிவின் வலி

நீ விடை பெறும்
நேரம் யாவும்
என் விழிநீரே
உனக்கு விடையளிக்கிறது..

பார்வையின்றி தவிக்கிறேன்.,
பார்க்கும் திசையில்
நீ இல்லையென்றதால்..

பார்த்திபன் கணேசன்

காதலின் சுகம்

அழ வைப்பது
நீ தான்
என தெரிந்தும்
அடம் பிடிக்கிறது
என் கண்கள்
உன்னை தான்
காண வேண்டுமென்று..

விழிகளோடு உன் முகம்.,
ஆதலால் ,
விடை பெறாமல்
தவிக்கிறது என் கண்ணீர் ...

காதல் நம்பிக்கை

நேசித்தேன்
என்பதை விட
இன்னும்
நேசித்து கொண்டு தான்
இருக்கிறேன்
என்பதில் தான்
காதல் வாழ்கிறது...

பார்த்திபன் கணேசன்

பிரிவின் வெளிப்பாடு

உன்னிடம்
என் அன்பை சொல்ல
ஆயிரம் வார்த்தைகள்
இருந்த போதும்.,
ஏனோ.,
என் கண்ணீர்த்துளிகளே
அதிகம் சொல்கிறது...

51

நினைவுகள்

பார்க்கும் நிமிடங்களும்
பேசும் நிமிடங்களும்
குறைந்த போதும்
ஏனோ.,
உன்னை நினைக்கும்
நிமிடங்கள் மட்டும்
அதிகமாகிக் கொண்டே செல்கிறது..

இதயத்திடம்
ஆறுதல் சொல்ல
இயலாமல்.,
இணையத்தில்
பதிவேற்றம் செய்கிறோம்...

வலிகள்

உன் நினைவுகளின்றி
நான் வாழும்
நாட்கள் யாவும்
என் காதல்
தோல்விவுற்ற நாட்களே..

பழகி போனது
என்றாலும்
பிடித்தவர்களின் பிரிவு
வலிக்கத் தான் செய்கிறது..

உன் நினைவுகள்

நிரந்தரமில்லா
இவ்வுலகில்
நிரந்தரமாக இருப்பது.,
பிடித்தவர்களின்
நினைவுகள் மட்டுமே...

நான் உடைந்து போகும்
நிமிடங்கள் யாவும்.,
நீ தோள் கொடுத்த
நிமிடங்களையே
நினைவு படுத்துகிறது..

புரிதல்

எதுவும் சிலகாலம்
என புரிய வைப்பது
பிரச்சினைகள் மட்டுமல்ல.,
நமக்கு பிடித்தவர்களும் தான்...

உன் நினைவுகளின்றி
நான் வாழும் நாட்கள்
யாவும்.,
என் நினைவுகளை
தொலைத்த நாட்களே..

தனிமை காதல்

யாரோடு
எனக்கென்ன காதல்.,
என் மீதான காதல்
என்னோடு இருக்கும் வரை..

.

பார்த்திபன் கணேசன்

இயல்பு

நினைப்பதெல்லாம்
பேசுவதுமில்லை.,
பேசுவதெல்லாம்
மறப்பதுமில்லை...

உன் பிரிவால்

உன்னை விட
உன் ஆசைகளேயே
அதிகம் நேசித்தேன்.,
அதனால் தான்
உனக்கு பிடிக்காத
என்னையும் வெறுத்தேன்..

உன் நிழலாக
வாழ நினைத்தவனை.,
நினைவோடு
வாழ வைத்து விட்டாய் ..

என் தேடல்

நீ என்னை
கண்டு கொள்ளாத போதும்
என் கண்கள் தேடும்
உறவு நீயடி ...

நீ என்னுடன்
செலவிடப்படாத
நேரங்கள் கூட
உன் நினைவிலேயே
கழிகிறது எனக்கு ...

தேட காதல்

சொல்லிக் கொள்ளாத
அன்பு தான்
இங்கு சுகமாக வாழ்கிறது
அவரவர் இதயத்தில்..

உன் அன்பு
கிடைக்காத போது
சண்டையிட தோணுதடி.,
ஆனால்,
சண்டையிடுவதால் தான்
உன் அன்பு கிடைக்கிறது
என்பதால்,
அதை எற்க மறுக்கிறது
என் மனது...

பார்த்திபன் கணேசன்

என் தேவை

அழ வைப்பதும்
நீ தான்
என தெரிந்தும்
அடம் பிடிக்கிறது
என் கண்கள்
உன்னை தான்
காணா வேண்டும் என்று ...

என் தேவையும் நீ தான்,
என் தேவதையும் நீ தான்.,
இதை நீ உணரும் போது
உன் கணவனும் நான் தான்..

61

பிரியாத மனம்

உன் விழிதனை
காணும் போது
விலகிட தோனவில்லை.,
உன் விரல் பிடித்து
உன்னோடு வாழ தோனுதடா..

அளவோடு வைக்காத அன்பு
யாவும்.,
அமைதி இழந்தே இருக்கும்..

பார்த்திபன் கணேசன்

பரிசு

பிடித்தவருக்கு கொடுக்கும்
மிகச்சிறந்த பரிசு,
அவர்களுடன்.,
செலவிடப்படும் நேரம்...